જિરાફ

giraffe

કાંગારુ

känguru

બગ

fehler

વાનર

affe

ઓકટોપસ

tintenfisch

સસલું

hase

શાર્ક	વાઘ

hai	**tiger**
યાક	ઝેબ્રા

yak	**zebra**
મગર	કૂતરો

alligator	**hund**

પોપટ
papagei

પ્રાણીઓ
tiere

ઘેટાં
schaf

કૃમિ
wurm

કીડી
ameise

બિલાડી
katze

હરણ

hirsch

હાથી

elefant

માછલી

fisch

મરઘી

henne

ગરોળી

leguan

સિંહ

löwe

છછુંદર

maulwurf

ઘુવડ

eule

ડુક્કર

schwein

રુસ્ટર

hahn

ગોકળગાય

schnecke

ટર્કી

truthahn

વ્હેલ

wal

મધમાખી

biene

બતક

ente

ગોરિલા

gorilla

રીંછ

bär

પક્ષી

vogel

ચિકન

hähnchen

ગાય

kuh

કરચલો

krabbe

ઘોડો

pferd

બિલાડી

kätzchen

ખિસકોલી

eichhörnchen

બટરફ્લાય
schmetterling

ઊંટ
kamel

ડોલ્ફીન
delphin

ગરુડ
adler

બચ્ચાઓ
küken

શિયાળ
fuchs

દેડકા

frosch

બકરી

ziege

હિપ્પોપોટેમસ

nilpferd

પાન્ડા

panda

કૂરકૂરિયું

hündchen

ઉંદર

mäuse

પૅંગ્વિન
pinguin

સાપ
schlange

સ્પાઈડર
spinne

ટર્ટલ
schildkröte

વરુ
wolf

ફ્લાય્સ
fliegt

જંતુ
insekt

કોઆલા
koala

ક્વેઇલ
wachtel

ઉંદર
ratte

સ્કંક
stinktiere

ચીટા
gepard

ગરોળી

eidechse

મારે

stute

શાહમૃગ

strauß

ઓસ્ટર

auster

પેલિકન

pelikan

કબૂતર

taube

રેન્ડીયર

rentier

સ્વાન

schwan

ટોડ

kröte

ગંધ

geier

વોલરસ

walross

ક્લેમ

muschel

ડુક્કર

eber

ઘૂંટણ

knie

હાથ

hand

આંખ

auge

માથા

kopf

પગ

beine

વાળ

haar

કાન

ohren

આંગળી

finger

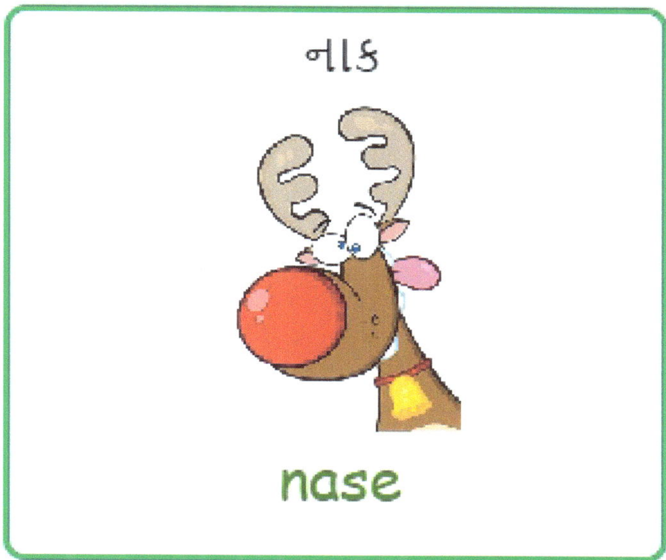

નાક

nase

દાંત

zahn

ખભા

schulter

હાથ

arm

દાઢી

bart

ચિન

kinn

કોણી

ellbogen

ચહેરાઓ

gesichter

મોં

mund

ગરદન

hals

અંગૂઠો

daumen

જીભ

zunge

સ્નાયુ

muskel

હિપ

hüfte

શરીર

karosserie

આઇસ્ક્રીમ	જામ

eis	marmelade
તરબૂચ	કેક

wassermelone	kuchen
નારંગી	દહી

orange	joghurt

લીંબુ	દૂધ

zitrone	**milch**

નાશપતીનો	સફરજન

birnen	**apfel**

બ્રેડ	નારિયેળ

brot	**kokosnuss**

બ્રોકોલી
brokkoli

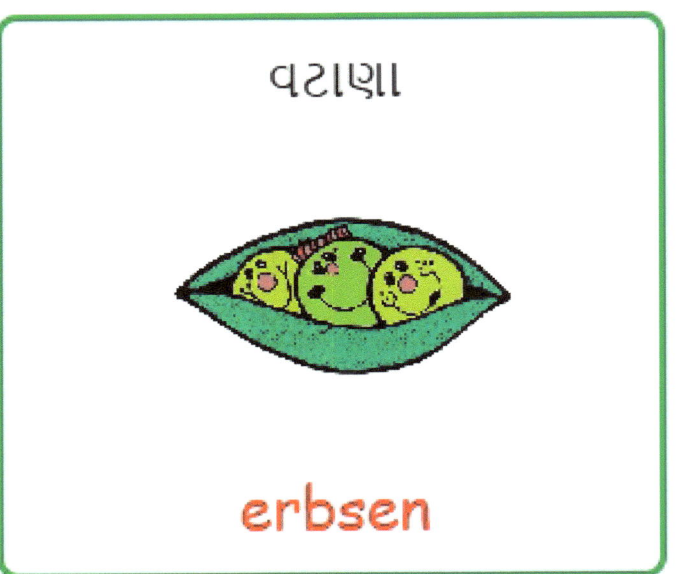

વટાણા
erbsen

સલાડ
salat

મરચું
chili

ચેરી
kirsche

બનાના
banane

સ્ટ્રોબેરી

erdbeere

અનેનાસ

ananas

બીન

bohne

કેન્ડી

süßigkeiten

હમ

schinken

રસ

saft

કિવી

kiwi

માંસ

fleisch

નટ્સ

nüsse

ડુંગળી

zwiebel

કેચઅપ

ketchup

ચીઝ

käse

દ્રાક્ષ
traube

ગાજર
karotte

પુડિંગ
pudding

નૂડલ્સ
nudeln

પીનટ
erdnuss

બટાકા
kartoffel

સ્ટીક

steak

ડોનટ્સ

donuts

શાકભાજી

gemüse

સોસેજ

wurst

પાઇ

kuchen

મધ

honig

સૂપ

suppe

એવોકાડો

avocado

ચોકલેટ

schokolade

પિઝા

pizza

ટમેટા

tomate

એગપ્લાન્ટ

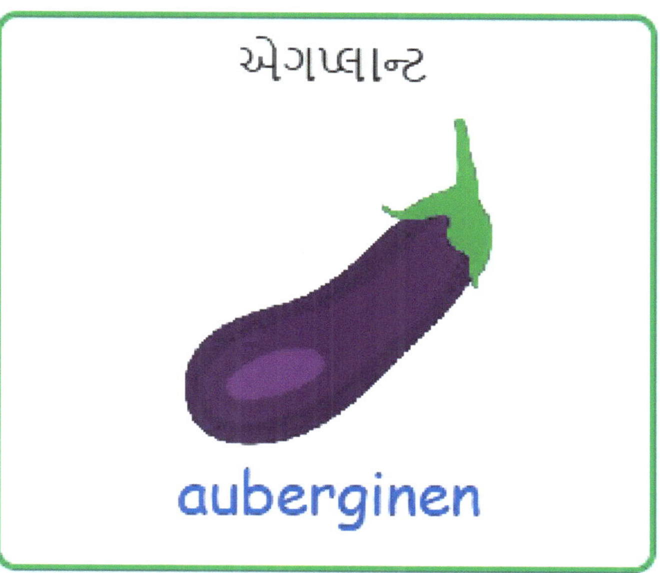

auberginen

કાકડી	ગ્રેપફ્રૂટમાંથી
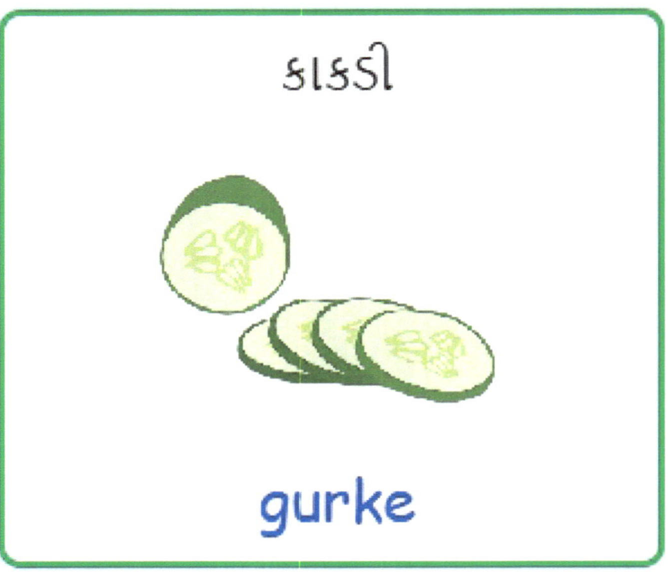	
gurke	**grapefruit**

સેન્ડવિચ	આલૂ

sandwiches	**pfirsich**

ઇંડા	પ્લમ

eier	**pflaume**

દાડમ

granatapfel

રાસ્પબરી

himbeere

ટેન્જેરીન

mandarine

ઘઉં

weizen

કૂકી

plätzchen

મશરૂમ

pilz

સલગમ

rübe

એકોર્નસ

eicheln

મકાઈ

mais

બાળક

baby

રાજા

könig

બાળકો

kinder

રાણી

königin

છોકરો

junge

ભાઇ

bruder

બાળકો

kinder

ખેડૂત

farmer

પિતા

vater

છોકરી

mädchen

માણસ

mann

માતા

mutter

ડાકણો

hexen

બહેન

schwester

બાર્બર

barbier

મિત્ર

freund

ડોકટર

arzt

નર્સ

schwester

જાદુગર

zauberer

ફોટોગ્રાફર

fotograf

ચાંચિયો

pirat

રસોઈયો	દેવદૂત

koch

engel

નાઈટ	મરમેઇડ

ritter

nixe

રાજકુમારી	શિક્ષક

prinzessin

lehrer

પિતા
papa

કલાકાર
künstler

સંગીતકાર
musiker

કસાઈ
metzger

નેતાઓ
führer

મેનેજર
manager

રાજકારણી

politiker

તેને

ihm

બેકર

bäcker

લૂંટ

rauben

સુથાર

zimmermann

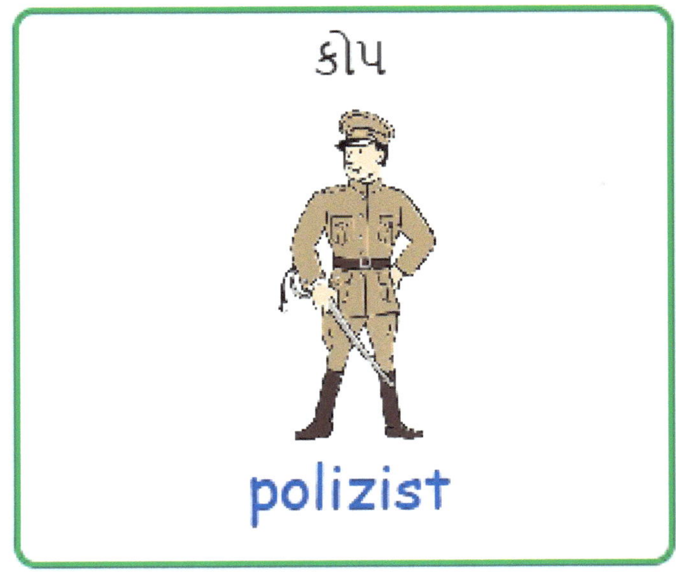

કોપ

polizist

બજાવવી

kellner

પોલીસમેન

polizist

ટોડલર્સ

kleinkinder

મમ્મી

mama

નોકરડી

maid

વિમાન

flugzeug

કાર

auto

સ્કૂટર

roller

સાયકલ

fahrrad

વેન

van

બસ

bus

બાઇક

fahrrad

ટ્રેનો

züge

ટ્રક

lastwagen

જીપ્સ

jeeps

કેબ

taxi

વેગન

wagen

રોકેટ

rakete

બેરો

karren

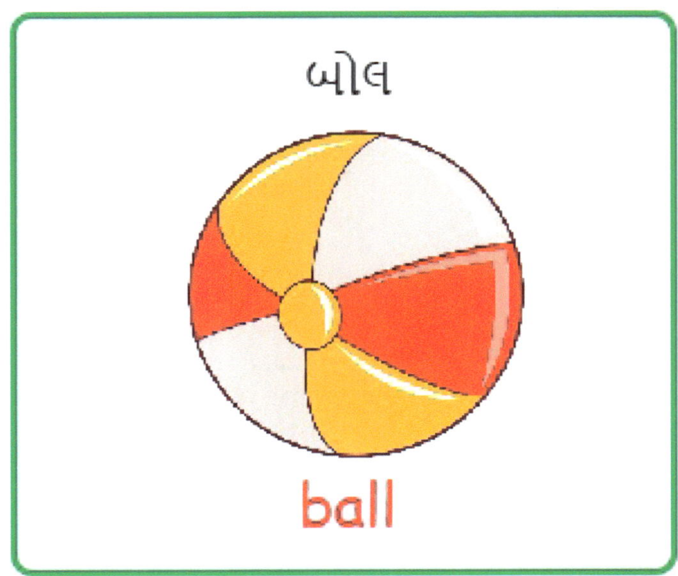

બોલ

ball

ધ્વજ

flagge

પાન

schwenken

વાઝ

vase

ટુવાલ

handtuch

બેગ

tasche

જગ

krug

બેકપેક

rucksack

માળો

nest

વૃક્ષ

baum

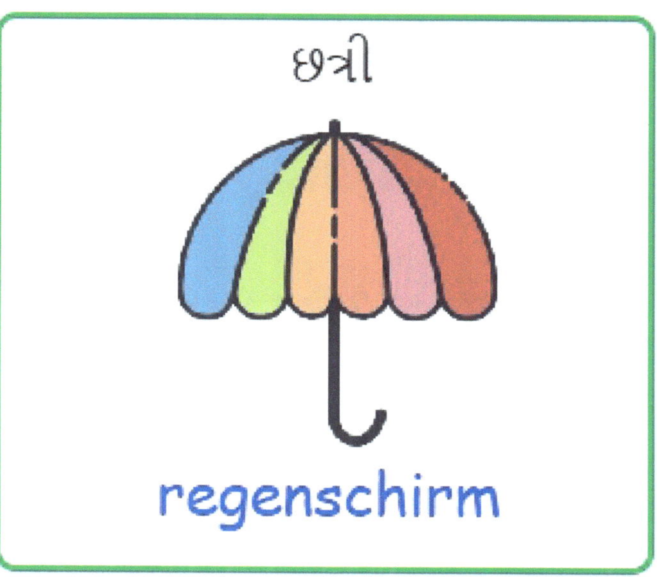

છત્રી

regenschirm

જ્વાળામુખી

એન્કર

યાર્ન

ઝિપર

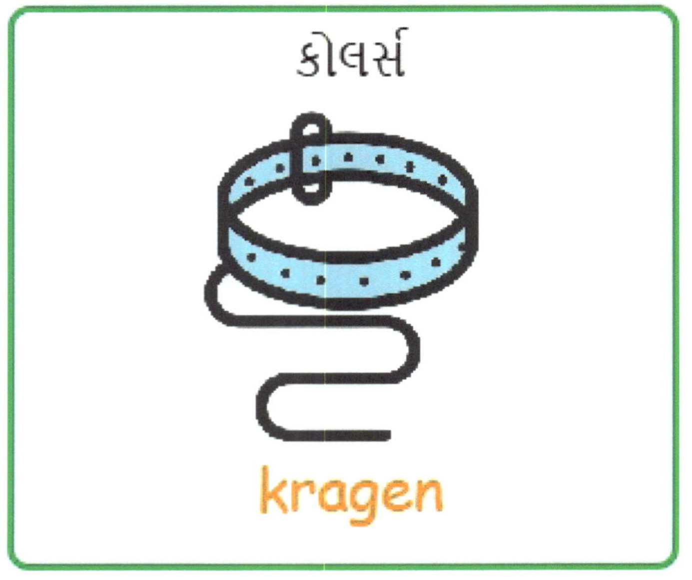

કોલર્સ

અરીસા